một chút tình thơ

Một chút tình với thơ
Tôi thành tâm trao tặng
Những nỗi đau thầm lặng
Niềm hạnh phúc bất ngờ.

Nguyễn Ngọc Hy

NGUYỄN NGỌC HY
Một chút tình thơ

Chịu trách nhiệm bản thảo: Nguyễn Hiền-Đức
Biên tập và trình bày: Nguyễn Minh Tiến
Thiết kế bìa: Nguyễn Minh Tiến
Thư pháp: Nguyễn Ngọc Hy

Tranh, ảnh phụ bản: Họa sĩ Đinh Trường Chinh, Văn Đen. Bé Ký, Nguyễn Đình Thuần, Nguyễn Trung. Nhiếp ảnh gia: Trần Cao Lĩnh, Phạm Văn Mùi.
Ảnh phong cảnh: Internet.
ISBN: 979-8-6359-9243-2
NHÀ XUẤT BẢN LIÊN PHẬT HỘI
UNITED BUDDHIST PUBLISHER

NGUYỄN NGỌC HY

một chút tình
thơ

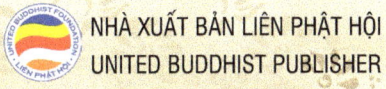

NHÀ XUẤT BẢN LIÊN PHẬT HỘI
UNITED BUDDHIST PUBLISHER

Lối vào vườn thơ

- ✦ **Lời thưa** 9
- ✦ **Tình yêu không có tuổi (chùm thơ tứ tuyệt)** 15
- ✦ **Mẹ là tất cả** 21
- ✦ **Phác thảo thu Washington** 29
  - ✦ Cali – chừ tạm biệt 30
  - ✦ Một chút tình thơ 33
  - ✦ Thành phố trên cao 34
- ✦ **Nhân dịp tiếng hát em 15 năm**
  - ✦ Tiếng hát em 36
  - ✦ Your song (Translated by Lam N Phan) 37
- ✦ Bóng tôi trên cát 40
- ✦ Phù vân 42
- ✦ Chìm đáy sâu 42
- ✦ Tóc mây ráng chiều 44
- ✦ Ráng chiều say ngủ 44
- ✦ Trường xưa 46
- ✦ Hoài niệm 48
- ✦ Một chút mặt trời 49
- ✦ Sợi mỏng manh 50
- ✦ Tình nhà trường 51

- Orange Hill..52
- Cali trưa 52
- Ngồi nghe biển hát.....................................53
- Khăn tay khăn giấy 54
- Cau kiểng 54
- Hoàng Hoa gia trang..................................55
- Ngẫu hứng..56
- Long Hải - Vũng Tàu du ký........................57
- Hải Quỳnh vui hội ngộ...............................60

- **Ta cùng tuyết du xuân**.........................**61**

- **Tuyết đầu mùa, Thơ thu & Những bài thơ khác**
- **Tuyết đầu mùa** **63**
  - Hươu cảnh 65
  - Thu tận 2009 69
  - Lệ tuyết..69
  - Phơi tuyết..74
  - Hứng tuyết..78
  - Tuyết đơm bông...................................80
  - Tuyết trong mơ 81
  - Tuyết lạnh...82
  - Sao với tay 82
  - Tuyết đầu mùa.....................................83
  - Tình mãi xanh......................................84
  - Buồn tàn thu..84

✦ **Thơ thu**
  - ✦ Gió giao mùa 87
  - ✦ Hồ thu 88
  - ✦ Thu quanh ta....................................89
  - ✦ Họa bài Thu quanh ta......................89
  - ✦ Chớm thu buồn 90
  - ✦ Chớm thu buồn 91
  - ✦ Mùa thu chín 2016...........................92
    - ✦ 1. Nai rừng xuống phố 92
    - ✦ 2. Thoáng hè vui 93
  - ✦ Chiều thu cuối cùng 2017 93

✦ Mùa hạ quanh ta..94
✦ Around me in summer time.......................94
✦ **Thơ tặng bạn** **99**
  - ✦ Thơ Chúc Tết 99
  - ✦ Thơ Mừng đám cưới vàng 99

✦ **Phụ lục 1**: Thư pháp Nguyễn Ngọc Hy 101

✦ **Phụ lục 2**: 50 Năm ấy... 50 mùa hoa
   Lời chúc mừng (Nguyễn Hiền-Đức)................105

nguyễn ngọc hụ

Lời thưa về Một Chút Tình Thơ

*Trong những lúc chông chênh
Tôi vịn câu thơ mà đứng dậy*

(Phùng Quán)

Đây không phải là bài giới thiệu về Nhà giáo Nguyễn Ngọc Hy với tác phẩm Một Chút Tình Thơ, mà đơn giản chỉ là đôi điều về cơ duyên xuất bản tập thơ này.

Tôi không biết làm thơ, thế nhưng lại được anh Nguyễn Ngọc Hy tặng cho nhiều bài thơ. Những bài thơ anh tặng lúc ở Sài Gòn, viết trên giấy dó dạng thư pháp, có đóng triện son rất đẹp và trang trọng. Tôi cặm cụi gõ vào máy với lòng chân thành biết ơn tình nghĩa của Anh, xem đó là những kỷ niệm đáng yêu, đáng nhớ.

Đến khi định cư tại Mỹ, chúng tôi có điều kiện "gặp gỡ" nhiều hơn. Tôi thúc giục anh sử dụng laptop để tiện liên lạc chia sẻ vui buồn với bạn bè. Và, kể từ đó, Anh gửi cho tôi nhiều bài thơ cũ, mới. Tôi lại âm thầm gõ, copy để lưu giữ.

Cho đến ngày tôi nhận được 5 bài thơ của Anh kèm chuyển ngữ sang tiếng Anh của anh LAM N PHAN. Đây là điều làm tôi vui mừng và cảm động vì nó thể hiện một sự đồng cảm sâu sắc của tình bạn, tình thơ. Trong cái bề bộn của cuộc sống đời thường, trong nỗi hắt hiu khó tránh khỏi của những người trọng tuổi hoài cố hương thì điều này quý và hiếm. Ở đời gặp được một người bạn tri âm như thế đâu có dễ! Từ cảm nhận đó, tôi liền trở về với thơ của anh Nguyễn Ngọc Hy. Tôi dàn trang (mis-en-page), tìm font, size chữ, tìm các bức tranh của các họa sĩ thời danh, các ảnh chụp của các nhiếp ảnh gia và nhiều ảnh về phong cảnh… chèn vào tuyển tập. Sau khi "làm" xong Tuyển tập này vào ngày 09/09/2018 tôi gửi cho Anh. Anh Nguyễn Ngọc Hy tỏ rõ sự vui mừng, ngạc nhiên và thích thú lắm.

Tôi vốn yêu thích cuộc sống rất Thơ của Anh Chị Nguyễn Ngọc Hy và muốn in tập thơ của anh nên hơn một năm trước tôi hỏi một vài cơ sở in ấn nhưng thấy khó khăn, tốn kém quá, nhất là việc bị hạn chế in màu… nên tôi đành lòng chờ đợi. Và rồi, tôi nhớ đến lời nhà văn Nguyễn Hiến Lê, sau khi mất bản thảo cuốn sách đầu tiên, hơn 8 năm sau ông mới xuất bản được cuốn Bảy ngày trong Đồng Tháp Mười. Qua sự kiện này, Cụ Lê cho rằng: "… phải cần có duyên mới có thể viết được một cuốn sách!"

Vâng, với tôi thì "phải cần có duyên mới xuất bản được một cuốn sách". Nghĩ và tin vậy, tôi bèn điện thoại cầu may với người bạn/người em mà tôi rất quý trọng, đó là anh Nguyễn Minh Tiến, hiện là Giám đốc Điều hành Nhà xuất bản Liên Phật Hội (United Buddhist Publisher) tại California. Nguyễn Minh Tiến vui vẻ bảo: "Anh cứ gửi bản thảo, Em sẽ biên tập, trình bày và lo phần in ấn…"

Giữa lúc tôi đang tràn ngập niềm vui từ sự giúp đỡ chí tình của Nguyễn Minh Tiến thì Anh Nguyễn Ngọc Hy gọi điện thoại bảo:

"Hiền ơi! Vào Xuân rồi. Sáng nay trời nắng ấm, "Mình" đi bộ ra bờ hồ. Đẹp lắm. Ngắm đôi tình nhân nhà Vịt âu yếm đứng nhìn trời mây; dễ thương vô cùng. Chúng đã lót xong cái ổ rồi." Mấy ngày sau, anh lại điện báo: "Anh đã thấy 6 cái trứng trong ổ đó rồi!" Và, tiếp theo: "Sáng nay trời đẹp quá, cả nhà cùng đi bộ. Khỏe và vui lắm." Lại: "Theo lời Hiền, anh Hy đã viết xong, bằng bút mực đậm 'Một Chút Tình Thơ' treo ở phòng ăn, cả nhà 'mình' đều vui vẻ nhìn ngắm."

Tôi bỗng nhớ ra rằng, Anh Nguyễn Ngọc Hy năm nay đã vào tuổi 90, và người bạn đời của Anh - chị Nguyễn Thị Phương Loan - đã tròn 80. Nhưng Nguyễn Ngọc Hy không mấy bận tâm về gánh nặng của tuổi tác. Anh là thế, luôn luôn vẫn cứ thế: lạc quan, vô tư, hồn nhiên, an nhiên mà sống vui, sống đẹp với Đời, với Người, với những cái Đẹp xung quanh. Trong nghĩa ngữ và cảm nhận này, tôi xác quyết rằng Nguyễn Ngọc Hy là một Người Thơ, một Nhà Thơ đích thực.

Từ những cảm nhận chân thành đó, tôi bạo gan đơn phương tự quyết định việc xuất bản tập Một Chút Tình Thơ của Anh. Vì muốn tạo sự ngạc nhiên, bất ngờ và thú vị cho Anh Chị, nên tôi tuyệt nhiên không báo trước, cũng không gửi bản thảo để Anh sửa chữa, bổ sung. Toàn bộ bản thảo này đều do tôi thực hiện. Như vậy, tôi là người duy nhất nhận trách nhiệm về những sai sót, khiếm khuyết không thể tránh khỏi trong việc xuất bản tập thơ này. Tôi chân thành kính mong anh chị Nguyễn Ngọc Hy, những người bạn thân và những người học trò của anh v.v... thông cảm và lượng thứ cho tôi về những gì mà chư vị chưa được hài lòng.

Một Chút Tình Thơ được xuất bản trong dịp này như một món Quà Tặng (Present) đến Anh Chị Nguyễn Ngọc Hy và các cháu, cùng cho những người bạn đồng nghiệp Trường THPT Lê Quý Đôn Sài Gòn của anh và của vợ chồng chúng tôi – nhớ và quý các Thầy: Mai Thanh Trực, Lê Văn Nhơn, Nguyễn Đăng Tiến, Huỳnh Văn Cư, Thầy Xuân, Thầy Tam Nhiêu, Thầy Hòa. Thầy Trần Hồng, Thầy Lương… các Cô Lưu Kim Lang, Nguyễn Thị Kim Cúc, Ngọc Khuê, Sơn, Satha…, cho những người bạn thiết đây đó và các thế hệ học trò của Anh.

Santa Ana, CA
ngày 04 tháng 04 năm 2020
Nguyễn Hiền-Đức cẩn bút

Em đến bên đời hoa vàng một đóa

sơn dầu
- đinh trường chinh

Cảm ơn hoa đã vì ta nở
sơn dầu trên bố
- đinh trường chinh

Tình yêu không có tuổi

Chùm thơ tứ tuyệt

1.

Tình yêu không có tuổi
Xưa như chuyện đất trời
Mà nói sao cho hết
Mãi đắm say lòng người.

2.

Tình yêu không có tuổi
Biển xanh sóng thì thào
Ca bài ca muôn thuở
Tự tình với trăng sao.

3.

Tình yêu không có tuổi
Trời đất toàn màu xanh
Có hoa cười chim hát
Em đợi… đợi mình anh.

4.

Tình yêu không có tuổi
Đất trời ngập nắng hồng
Mơ gặp người trong mộng
Trăm năm chuyện vợ chồng.

5.

Tình yêu không có tuổi
Trời nhuộm màu thiên thanh
Mơ cuộc tình chung thủy
Khỏi hoài phí tuổi xuân.

6.

Tình yêu không có tuổi
Trời đất toàn màu xanh
Ngọc lan nụ muốt trắng
Mộng tràn giấc ngủ anh.

7.

Tình yêu không có tuổi
Trời mây ửng má hồng
Tóc em cài hoa bưởi
Anh tìm nụ tầm xuân.

một chút tình thơ

Hai mươi năm ngày cưới
  - thư pháp nguyễn ngọc hy

8.

Tình yêu không có tuổi
Trời thu màu thiên thanh
Cúc vàng cài giậu biếc
Bướm trắng lượn vòng quanh.

9.

Tình yêu không có tuổi
Thảo nguyên nắng vàng hanh
Trời thu sâu chót vót
Đời có Em và Anh.

10.

Tình yêu không có tuổi
Trăng đêm đợi hoa Quỳnh
Lòng nào dám đánh thức
… Gà giục… gọi bình minh!

11.

Tình yêu không có tuổi
Thao thức trắng thềm sương
Đợi mặt trời tỉnh mộng
Khẽ thức đóa hướng dương!

12.

Tình yêu không có tuổi
Đất khách - xuân tha phương
Ai miệt mài rong ruổi
Ngoảnh đầu… hoài cố hương?

*Connecticut - Oklahoma,
tháng 9 năm 2002.*

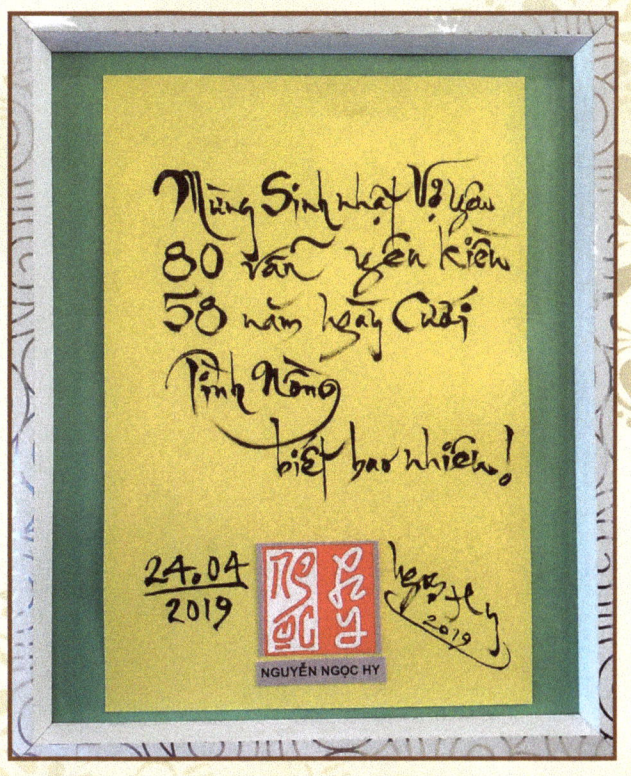

*Mừng sinh nhật vợ yêu 80
- thư pháp nguyễn ngọc hy*

nguyễn ngọc hụ

Mẹ
sơn dầu 65 x 81 cm
- văn đen

Mẹ là tất cả

** Tặng những ai mất Mẹ
& những ai còn có Mẹ trên đời.*

Năm nay, Giỗ Mẹ trên đất khách - nửa vòng địa cầu xa cách, kỷ niệm 76 năm ngày Mẹ giã từ cõi đời này, lúc con còn thơ dại bé bỏng. Thế nên mới có bài Mẹ Là Tất Cả được viết vào năm 2002 trong Ngày Giỗ lần 60 của Mẹ trên đất Mỹ. Dưới đây, xin chia sẻ với những người dấu yêu của tôi.

– Nguyễn Ngọc Hy

Giỗ Mẹ

Thu nay trên đất khách
cách nửa vòng địa cầu xa cách
Nhang thơm một nén vương hương
đôi hoàng lạp bập bùng lệ rưng.

Thiếu ảnh Mẹ
Hồng điều một bức - mực tàu con viết
rưng rưng hàng chữ "Mẹ Là Tất Cả"
đính lên bức tường hoa.

Lòng thành con dâu cúng Mẹ
thức ăn đặc sản quê mùa
Gà mái luộc xé phay
bóp rau răm mặn mà tiêu muối

Vàng rộm đĩa xôi đậu
bát cháo gà mỡ màng bốc khói...

Cúng Bà.
Nào pom nào nho nào hồng xứ lạ
Và, một cành hoa tím biếc
các cháu mang về... dâng Bà

Lung linh ánh nến
thoảng đưa hương trầm
Thầm thì khấn vái:
Mẹ hiền ơi, lòng con thành
Xin Mẹ về đây với con cháu
Sá chi một chuyến du hành
nửa vòng trái đất!

Mẹ đi.
Ngày ấy trời đất sụp
vần vũ mây đen, gió lay cành
Tuổi thơ con - búp lá xanh
đời con thiếu Mẹ mỏng manh thân gầy

Đường trần xuôi ngược đó đây
tim con - hình bóng Mẹ đầy yêu thương...
Nỗi mê muội - chân bụi vương
dịu dàng mắt Mẹ bão giông yên bình
Đời dâu bể - kiếp phù sinh
Thân con côi cút Mẹ: tình hư không!

một chút tình thơ

Mẹ và Con
- Họa sĩ Bé Ký

nguyễn ngọc hụ

Âu yếm
— **Họa sĩ Bé Ký**

Trên đất khách
Thu vàng đã chín trên cây
Sáu mươi Thu trước, ấy ngày Mẹ xa
Thu xưa lá đổ quê nhà
bồng bềnh bong bóng bồng bềnh
Gió mưa. Lá rụng. Buồn tênh dòng đời...

Mẹ hiền từ vậy, hỡi ơi
Trời xanh nỡ vội cướp đời Mẹ yêu?
Không gian như cũng tiêu điều
chiều Thu xưa, lá đổ nhiều... lá bay !

Bài thơ tôi viết
Xin được tặng những ai còn Mẹ
và cả những ai mất Mẹ trên đời

Bất hạnh thay, những ai không còn Mẹ
Vì ... sẽ có một ngày nào đó
trong cuộc đời phù vân
- bon chen - khốn khó
Phút lỗi lầm. Khi sa ngã.
Lúc muộn phiền. Thất vọng.
Lê tấm thân gầy gò, tật bệnh
khát khao tìm về quỳ bên gối Mẹ
Để được khóc.

Để được thốt lên hai tiếng trìu mến:
Mẹ, Mẹ hiền ơi!
Có thể Mẹ già nua lắm rồi
mắt lòa, tai nghểnh ngãng
mù tịt về những điều con nói
Nhưng. Lòng Mẹ bao dung
đôi bàn tay ấm nồng
ánh mắt hiền dịu
Mẹ lắng nghe con kể lể
suốt cả đêm ngày...
Hẳn Mẹ sẽ lau nước mắt
âu yếm dỗ dành, như thuở con còn thơ dại!
Như phép lạ.
Bụi trần gột sạch. Lòng thanh thản.
Mẹ hiền ơi,
Con thấm thía một lẽ giản đơn
Mẹ là Mẹ, Mẹ là tất cả - tất cả của đời con!

Ôi, chỉ là giấc mơ hão huyền
cho đời ai sớm mất Mẹ
Mẹ hiền từ rộng lượng ơi!
Hỡi những ai diễm phúc còn có Mẹ
nhận ra chưa giá trị kho báu đời mình?
Đừng để mai kia vuột khỏi tầm tay...
mới hối tiếc
mới thảng thốt kêu lên:
Mẹ đâu rồi, Mẹ hiền ơi

một chút tình thơ

Mẫu tử
- Họa sĩ Bé Ký

Mẹ Mới Là Tất Cả Của Đời Con!
Mẹ hiền từ rộng lượng ơi
Chưa bao giờ
con làm bài thơ dài như thế!
Có người sẽ bảo chưa hẳn là thơ
Nào có hề chi.
Con đâu muốn gọt dũa trơn tru
cho những vần thơ
chỉ là những vần thơ...
Mà trên hết
là tiếng lòng con tỉ tê với Mẹ
Mẹ hiền ơi
Mẹ Là Tất Cả
Mẹ Là Tất Cả Của Đời Con!

Giữa mùa Thu vàng 2002
Trên đất khách Connecticut
Vùng Đông bắc nước Mỹ

Phác thảo thu Washington

Washington. Giữa mùa thu chín
Ngược đèo mây - đồi thấp đồi cao
Ngũ sắc cầu vồng - trời rây bụi
Quanh tôi. Thu choáng ngợp sắc màu…
Tôi hoa mắt. Đường chiều xiêu gió
Vàng bay bay - rực đỏ rừng phong
Tôi muốn mượn cầu vồng ngũ sắc
Đưa bước chân thỏa thích đi rong!

*Seattle,
giữa mùa thu chín 2002*

CALI
CHÙ... TẠM BIỆT

Cali. Chặng dừng chân cuối
Ơi! Hai tuần ngắn ngủi
Thoắt đến rồi thoắt đi
Trời bày chi chia ly!

Hôm nào vui hội ngộ
Kỷ niệm xanh tràn về
Đất khách đượm tình quê
Chuyện xưa... nửa thế kỷ.

Sân trường ngập hoa nắng
Trang vở giấu vần thơ
Thương ơi thời áo trắng
Đời xanh những ước mơ!

Tan trường đường khua nắng
Dòng Hương soi bóng đò
Mây vương tà áo trắng
Nón nghiêng - nghiêng bài thơ.

một chút tình thơ

Đâu rồi trời mộng mơ
Của một thời cắp sách
Ai còn và ai mất
Ai, người ở - ai đi?

Thái Bình Dương thăm thẳm
Bờ đông vọng bờ tây
Lưu luyến buổi chia tay
Trời thu… mây viễn xứ…

Cail chừ… tạm biệt
Bồng bềnh bầu trời khuya
Trăng nhoè - sao lưa thưa
Đêm nay ai thức trắng?

Trên chuyến bay LOS-TAIPEI-TSN
24-26. 11. 2002

Thiếu nữ

Acrylic on paper – July 4, 2017

– đinh trường chinh

Một chút tình thơ

Một chút tình với thơ
Tháng năm dài chắt lọc
Nước mắt hay giọt ngọc
Lấp lánh những giấc mơ.

Một chút tình với thơ
Tôi chắt chiu góp nhặt
Có con ong tìm mật
Có cánh chuồn vu vơ.

Một chút tình với thơ
Tôi thành tâm trao tặng
Những nỗi đau thầm lặng
Niềm hạnh phúc bất ngờ.

Một chút tình với thơ
Thèm cùng ai thổ lộ
Những ý tình bâng quơ
Những buồn vui nở rộ.

Bao nỗi niềm câm lặng
Được giãi bày cùng thơ
Thơ hóa thân thành bạn
Ôi! Hạnh phúc vô bờ.

Tháng 5, 2003

Thành phố trên cao

Đà Lạt trên cao nhìn xuống
Đỏ mái ngói xanh hàng thông
Cáp treo lơ lửng từng không
Phút chốc xác thân nhẹ bổng.

Đà Lạt trên cao lồng lộng
Đồi lô nhô - núi mờ xa
Trời xanh mây trắng bao la
Cabin chật - hồn mở rộng.

Nắng hoe vàng ruộng bậc thang
Xanh rờn luống rau liếp cải
Đan xen thảm đỏ bazan
Bức tranh quê giữa phố thị.

Đà Lạt trên cao nhìn xuống
Mây chiều vắt vẻo bên đèo
Đêm hồng thắp sáng Eiffel
Phố xá đông vui ngày hội.

một chút tình thơ

Ai về thành phố sương mù
Nắng rực - sương mù đi vắng
Đêm xuống mặt hồ tĩnh lặng
Đèn hoa bừng - gió đưa hương.

Đà thành phố thị nên thơ
Một thời thơ dại mộng mơ
Lạc lối quay về ngõ cũ
Bỗng dưng lòng thấy ngẩn ngơ...

Đà Lạt, chớm hè 2003

nguyễn ngọc hụ

Nhân dịp
tiếng hát em 15 năm
(24/8/2003 - 24/8/2018)

TIẾNG HÁT EM

Tiếng hát em. Âm vang tiếng sóng
Đẩy thuyền anh đến bến bờ xa
Trăng gọi triều lên. Trời lồng lộng
Lòng anh, em hát - sóng ngân nga...

Tiếng hát em. Lênh đênh sóng vỗ
Đẩy lòng anh đến bến bờ mô
Biển trời bát ngát. Mây bừng nở
Sóng hát lời em - núi nhấp nhô!

Biển Vũng Tàu quê ta,
24 tháng 8, 2003.

một chút tình thơ

YOUR SONG

Your song echoing the sound of waves
That push my boat to reach distant places
The moon lifting up the tide to the sky
Like your song providing
                    wavelength to my soul.

Your singing voice, like ocean waves
Pushing my heart to unknown shores
Out there clouds develop
              in immense sky over the ocean
Here in my heart your song lyrics go
              up and down like mountains!

Vũng Tàu Beach, our native place
August 24, 2003
Translator: LAM N PHAN

nguyễn ngọc nụ

Dưới ánh trăng

sơn dầu trên bố, 43″ x 40″, 2018
– nguyễn đình thuần

BÓNG TÔI TRÊN CÁT

Tôi thấy bóng tôi trên cát
Bóng tôi đi trước. Tôi theo sau.
Cả bóng, hình kề cận bên nhau
Bất chợt - tần ngần nghe biển hát.

Tôi nương theo bóng - men triền cát
Bóng dùng dằng… dừng bước lặng im
Ôm lấy bao nhiêu sinh linh bé nhỏ
Kiếp bọt bèo đâu phải riêng ai!

Tôi lẽo đẽo theo sau chiếc bóng
Lòng miên man suy nghĩ vẩn vơ:
Bóng tôi là thực hay là ảo?
Bạn đồng hành ơi - xin hãy chờ!

Biển chiều. Trời đất cũng về chiều
Bóng tôi vươn dài… Tôi rảo bước
Đừng vuột mất chiều - vuột mất bóng
Đừng để riêng mình với quạnh hiu!

Mũi Né, Phan Thiết
31. 08. 2004

Đồi cát mũi né
– Nhiếp ảnh gia Trần Cao Lĩnh

Suy nghiệm

PHÙ VÂN

Hải âu dang cánh mỏng
Chở mây chiều trên lưng
Bay đi - mây trắng nõn
Bay về - mây chín hồng.

Nghiêng đầu chim mơ mộng:
Cõi trần là phù vân!

01. 8. 2005

CHÌM ĐÁY SÂU

Hải âu dang cánh nhỏ
Cõng ráng chiều đi đâu
Bờ xa nghiêng cánh mỏi
Mây vàng chìm đáy sâu.

01. 8. 2005

Bức ảnh lạ tuyệt đẹp được chụp bởi nhiếp ảnh gia tự do người Hồng Kông

Hải âu mà cõng ráng chiều
Đường xa gánh nặng liêu xiêu cánh mềm.

nguyễn ngọc hụ

TÓC MÂY RÁNG CHIỀU

Tóc mây. Sợi ngắn dài
Vắt ngang gương nước biếc
Vắt ngang bầu trời trong
Ánh hồng ráng chiều hạ
Ngắn dài - sợi tóc mây.

29. 7. 2005

RÁNG CHIỀU SAY NGỦ

Ráng chiều say ngủ
                    trên cây
Ráng chiều say ngủ
                    trong mây ngang trời
Ánh hồng gieo xuống
                    biển khơi
Hải âu ngơ ngẩn…
                    buông lơi cánh mềm.

01. 8. 2005

Duyên dáng (1962)

– Nhiếp ảnh gia Phạm Văn Mùi

TRƯỜNG XƯA

Ngôi trường xưa tỏa bóng
Đỏ mái ngói hôm nay
Đàn bồ câu sà cánh
Lá vàng cứ bay bay…

Thăm lại mái trường xưa
Vừa thân quen - bỡ ngỡ
Đâu rồi hình bóng cũ
Nắng vàng cứ đong đưa…

Ba mươi năm bục giảng
Già đi với hàng cây
Buồn vui cùng kỷ niệm
Rưng rức tim người thầy!

Sài Gòn, 20. 11. 2004
Nguyễn Ngọc Hy
Cựu Giáo viên THPT Lê Quý Đôn
Sài Gòn (1972 - 2002)

Trường THPT Lê Quý Đôn – một ngôi trường cổ nhất Sài Gòn và là hồn văn hóa của Sài Gòn xưa.

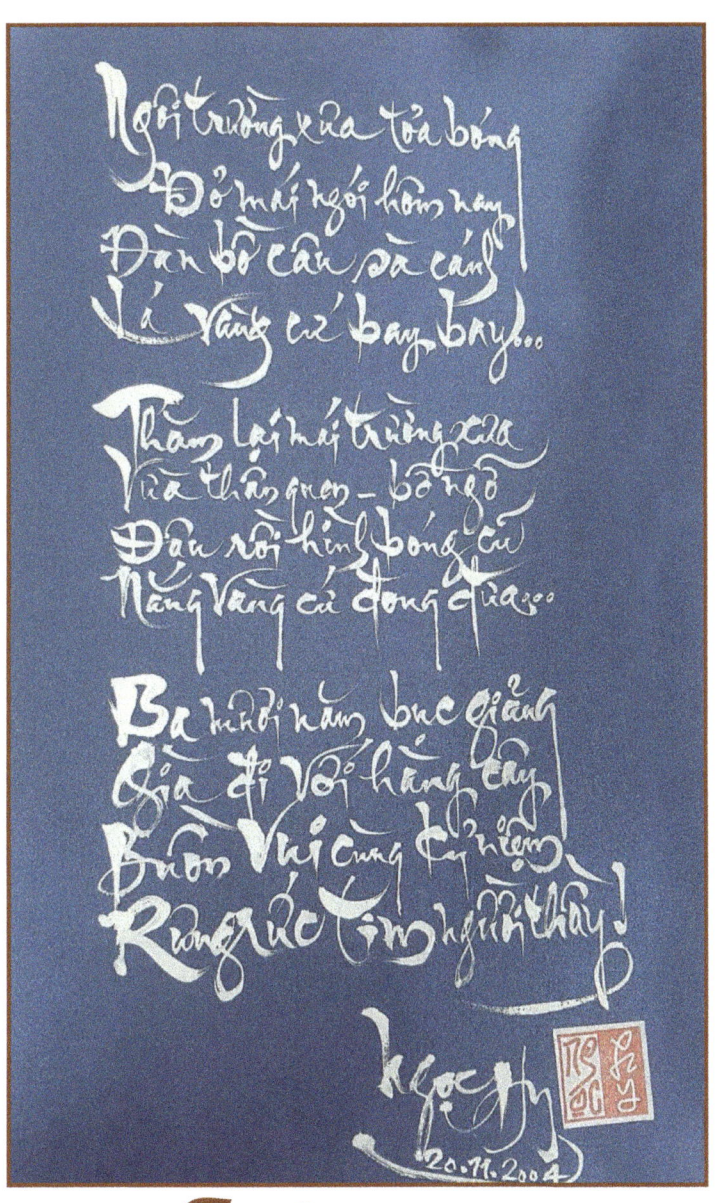

Trường xưa
– Thư pháp Nguyễn Ngọc Hy

nguyễn ngọc hụ

Hoài niệm

Đồng xanh bay bổng cánh diều
Trời cao lồng lộng một chiều gió lên!

Cầu Tràng Tiền uốn nhịp - bài thơ nhỏ
Trên nón bài thơ nên Huế rất thơ.

18. 8. 2005

MỘT CHÚT MẶT TRỜI

Một chút mặt trời trong biển khơi
Cũng "long lanh đáy nước in trời"[1]
Có đàn chim lạ ngừng đôi cánh
Làm dáng - soi mình gương nước soi.

Một chút mặt trời trong mắt em
Hãy lùi xa - xa thêm tí nữa
Cả bầu trời hạ trong mắt em.
Một chút mặt trời trong mắt em

Hãy xích gần - gần thêm tí nữa
Để được chìm sâu trong mắt em!

16. 8. 2005

---

[1] Thơ Nguyễn Du. Tiêu đề bài thơ mượn ý từ tác phẩm Un peu de soleil dans l'eau froide của Francois Sagan, nhà văn, nhà biên kịch người Pháp (1935-2004).

Sợi mỏng manh

Giọt pha lê vắt vẻo
treo cành
Đợi mặt trời.
Nheo mắt long lanh
Đợi gió thoảng.
Hát ru khe khẽ
Tuyết đầu mùa.
Sợi mỏng manh!

12. 12. 2005

TÌNH NHÀ TRƯỜNG

Cali hội ngộ. Niềm vui đầy
Trong veo mắt bạn
              ấm lòng thầy
Ngan ngát tình trường
              xanh kỷ niệm
Tiếng nói cười
              òa vỡ đêm thâu…
Vườn xưa ươm hạt
              ngát cỏ cây
Rượu nồng chưa nhắp
              sao thấy say
Bao gương mặt:
              hoa thơm trái ngọt
Hạnh phúc vơi đầy
              chợt bủa vây!

*Orange County,
đêm 01. 07. 2006*

ORANGE HILL

Đồi Cam ngược dốc
                đêm hoa đăng
Chi chít đèn màu
                sao bủa giăng
Mềm môi kem lạnh
                hương đêm ngát
Hớp cả gió ngàn
                sóng sánh trăng!

Mùa trăng thượng huyền
tháng 6 Bính Tuất - 02 .07. 2006
tại Orange Hill - Orange County, California

CALI TRƯA

Sâu thẳm
bầu trời xanh lam ngọc
Ôi màu xanh
thắm thiết trinh nguyên
Không mây - dù chỉ là
thoáng gợn
Cali trưa.
Ru giấc mấy hàng thông!

Orange County,
03. 07. 2006

NGỒI NGHE BIỂN HÁT

Sóng xanh
      xanh sóng
           thuở nào…
Ngồi nghe biển hát
      bạc đầu
           chưa thôi!

Bên bờ Đại Tây Dương
03. 08. 2006

KHĂN TAY KHĂN GIẤY

Thuở nào
           người yêu khóc
Này đây
           chiếc khăn tay
Cho anh lau
           giọt ngọc
Nghìn năm
           khăn bên anh!

Thời nay...
           người yêu khóc
Khăn giấy đây
           thiếu gì
Thoải mái
           em xài đi
Xong - liệng vào thùng rác!

15. 9. 2006

CAU KIỂNG

Chùm cau nhỏ
           bên thềm mọng đỏ
Dẫu chưa duyên bén
           lá trầu xanh.
Vẫn ao ước một chiều hội ngộ
Cau đỏ trầu xanh mộng có thành!?

14. 4. 2011

HOÀNG HOA GIA TRANG

Tặng anh chị Kim Cúc - Lê Đông
chủ nhân Hoàng Hoa gia trang

Hoàng Hoa gia trang
                Hoàng Hoa tửu!
Nâng chén rượu thơm
                chiều hội ngộ
Ru tình bạn
            lả ngọn thùy dương
Biển khơi xa
         thoảng nghe sóng vỗ...

                      14. 4. 2011

nguyễn ngọc hy

NGẪU HỨNG

*tặng bạn bè cũ Lê Qúy Đôn
nhân hội ngộ tại quê nhà
chớm Hè 2011.*

* TRẦN HỒNG
& NGUYỄN NGỌC HY

Xuân này tớ đã
                bảy mươi lăm.
Rằng bác rằng anh
                tớ vẫn cười
Trà đắng rượu cay
                đời dâu bể
Tri âm hội ngộ
                nắng hồng tươi.

...

Những đóa hồng
                trên đời chợt gặp
Dịu mát lòng ai
                nắng trưa hè
Mộng tràn giấc ngủ
                đêm thao thức
Phượng đầy trời
                lòng rộn tiếng ve!

*Khách sạn Kelly
44 Thủ Khoa Huân - Q1,
06.4.2011*

một chút tình thơ

LONG HẢI - VŨNG TÀU DU KÝ

TRẦN HỒNG
& NGUYỄN NGỌC HY

01 & 02. 04. 2011

* Tặng nhóm đồng nghiệp cũ Trường Lê Qúy Đôn
* Riêng tặng anh chị Kim Cúc - Lê Đông / Vũng Tàu

1.

Cơn gió nào đẩy đưa
Gót chân ai phiêu lãng
Một chiều cặp bến cảng
Hội ngộ bạn bè xưa…

2.

Vũng Tàu đêm mênh mang
Thùy dương ru khẽ khàng
Chuyện đời chuyện bục giảng
Rôm rả tựa bắp rang.

3.

Giọng hát nào thiết tha
Thùy Vân xanh bờ liễu
Tiếng thơ say tình bạn
Hương nồng rượu Hoàng hoa.

4.

Long Hải sáng mờ sương
Dinh Cô lần bậc đá
Lối đi hoa chen lá
Giã từ lòng vấn vương.

5.

Du ký ghi bằng thơ
Bài thơ không chở ý
Bài thơ chở tình người
Muôn năm tình bạn cũ
Hoàng hoa tửu mềm môi!

6.

Du ký nâng tiếng thơ
Bài thơ lệch vần lệch điệu
Bài thơ thấm đẫm tình người
Rượu nồng chưa nhắp đã say…
Cho thật vui đêm nay
Cho thật say đêm nay
Say tình người - tình bạn
Say tình bạn - tình người
                    đêm nay.
    Hãy siết chặt bàn tay
                    bè bạn
  Hơi ấm lan tỏa tình người
  Cho đời vui đêm nay
  Cho đời say đêm nay!

Ghi Chú

Nhóm cựu Giáo viên Lê Quý Đôn tham dự chuyến đi gồm có các bạn: **Nguyễn Ngọc Hy** *và bà xã,* **Lê Văn Nhơn**, *bà xã và cháu ngoại,* **Kim Lang, Kim Anh, Bích Loan, Huỳnh Hoa, Mai Thanh Trực, Nguyễn Đăng Tiến, Nguyễn Văn Hòa, Phùng Thị Đức** *và ông xã.*

Chiều 01.04, từ Long Hải qua Thùy Vân - Vũng Tàu, hội ngộ với cựu Giáo viên môn Văn - **Kim Cúc** *- ông xã Trần Lê Đông; có dịp làm quen hai người bạn mới: anh Phạm Tuấn [Chủ tịch OSC] và chị Lương Thị Kính [cô giáo văn] trong tiệc rượu tại Hoàng Hoa Gia Trang do chủ nhân* **Kim Cúc - Lê Đông** *đãi bạn bè. Trước đó, các thành viên trong nhóm ký tên vào tuyển tập "Trịnh Công Sơn - 10 năm bỏ lại con đường" để thân quý tặng chủ nhân Hoàng Hoa Gia Trang.*

nguyễn ngọc hy

HẢI QUỲNH VUI HỘI NGỘ

Tình yêu không có tuổi
Xuân xuân ơi - lại về
Nắng Bình Dương rót mật
Nồng ấm năm con dê.

Tình yêu không có tuổi
Đất trời đã vào xuân
An Bình hoa bừng sắc
Bạn cũ ấm tình thâm.

Mùa xuân không có tuổi
Ngàn hoa - má hây hây
Hải Quỳnh[2] vui hội ngộ
Hương xưa tình đong đầy!

Buồn vui cùng san sẻ
Đón xuân - heo sữa quay
Bạn già - lòng son trẻ
Chia nhau ly rượu cay.

Rượu chưa nhấp đã say
Tình đời như bèo mây
Bạn xưa là báu vật
Cho thật vui chiều nay!

Hải Quỳnh gia trang
Năm mới tháng Giêng Tết Quý Mùi - 2003

---

[2] An Bình - Hải Quỳnh gia trang: tổ ấm của bạn Nguyễn Văn Hải - nhân cuộc họp mặt cựu giáo viên Trường THPT Lê Quý Đôn trước 1975.

Ta cùng tuyết du xuân

1.

Che dù nhàn du dưới Tuyết
Giọt nhẹ, thủ thỉ thầm thì
Giọt êm, rủ rỉ rù rì...
Che dù dưới Tuyết, thật tuyệt!

2.

Che dù dưới Tuyết rong chơi
Trăm muôn giọt trắng chơi vơi
Giọt thầm bên tai tâm sự
Giọt dài giọt ngắn tuyết rơi...

3.

Giữa đường Xuân. Tuyết trắng bay
Hơi gió thoảng. Tuyết múa may
Vũ điệu mê hồn đẹp quá
Cả trời Xuân say đắm say!

4.

Ngày Xuân Tuyết cũng du Xuân
Ngày Xuân ta cũng du Xuân với đời...
Mùa Xuân ơi, Tuyết rơi rơi
Tuyết rơi rơi... mùa Xuân ơi, đầy trời
Cuộc hôn phối. Duyên kỳ ngộ:
Tuyết Xuân - Xuân Tuyết... đẹp đôi!

5.

**Sáng xuân Tuyết đến chơi nhà
Rủ Tuyết cùng du Xuân nha...
Thế gian buồn nhiều vui ít
Đời Vui, Xuân Tuyết hợp ca
Duyên may, nhân chứng là ta!**

** Chớm Xuân, sáng tuyết rơi
ngày 6.4.2018*

Tuyết đầu mùa
Thơ Thu
& những bài thơ khác

TUYẾT ĐẦU MÙA
Đông Bắc Mỹ, 2005 – 2010

Giọt pha lê vắt vẻo treo cành
Đợi mặt trời - nheo mắt long lanh
Đợi gió thoảng - hát ru khe khẽ
Tuyết đầu mùa. Sợi mỏng manh!

nguyễn ngọc hụ

1.

Người ta thường bảo
Thức đêm mới biết
đêm dài
Đêm nay ta thức
Thức cùng tuyết lạnh
đêm nay…

20.12.2009

2.

Tuyết rơi lênh láng
Em kìa!
lênh láng tuyết rơi
Màn đêm trắng lóa
Nằm nghe
buốt giá
bên trời.

20.12.2009

3.

Lạnh tanh đêm tuyết
Một màu
nguyệt bạch
lên ngôi
Tứ bề tuyết lạnh
Tuyết đêm
ôm ấp
đất trời.

20.12.2009

4.

Hươu cảnh

Có chú hươu nhỏ
Dầm mình
tuyết trắng
phau phau
Toàn thân lốm đốm
Sao sa
óng ánh
tinh cầu.

5.

Về đâu tuyết trắng
Lang thang
không cửa
không nhà?
Vào đây, tri kỷ!
Phong trần rũ áo.
Mai đi!

20.12.2009

6.

Gọi đêm.
Đêm không thưa thốt
Chìm nghỉm
một ánh
sao khuya
Gọi trăng.
Bặt tăm tiếng vọng
Bốn bề
rờn rợn
tuyết băng…

7.

Tuyết đêm đắm đuối
sương sa
Một màu nguyệt bạch
bao la ngất trời
Đâu rồi
một ánh sao rơi
Đâu rồi
đôi cánh
rã rời
xa khơi...

20.12.2009

8.

Hơi thu phì phò
sương khói
Ngậm đầy
tuyết trắng
tinh khôi
Miệng phun
hằng hà bông tuyết
Hóa thân bong bóng
Lên trời!

20.12.2009

9.

Ôi kìa bảnh mắt
ánh sáng ngày
Ngõ sau hiên trước
tuyết phơi đầy
Hơi gió đong đưa
thông lả ngọn
Giật mình. Bụi tuyết
khẽ
bay bay

20.12.2009

10.

Nhà bên.
Những chiếc ô tô
biếng nhác
Ngủ vùi trong tuyết trắng
phau phau
Yên chí nhé
hôm nay chủ nhật
Thiên hạ
tha hồ
dậy trưa

20.12.2009

11.

Dưới nắng mai
Tuyết đẹp lạ lùng
Thân em băng tuyết
Má ửng hồng
Tuyết là em
hay em là tuyết?
Dưới nắng mai
Em đẹp tuyệt trần!

12.

Ước gì được
rong chơi thỏa thích
Tha thẩn
dưới thông xanh
tuyết ngút ngàn
Nghịch với tuyết
đùa vui
như con trẻ
Rủ tuyết.
Hồn ta là
tuyết trắng ngần!

25.12.2009

một chút tình thơ

13.

THU TẬN 2009

Qua ô cửa.
Trời xanh mây trắng
In hình núi biếc
cuối trời xa
Chim chiều
bay lượn
dâng đôi cánh
Đâu đến bờ vui
chim hát ca!

23.12.2009

14.

LỆ TUYẾT

14.1.

Cơn mưa rả rích đêm qua
Tuyết dần tan mái hiên nhà
Tỉnh giấc mặt trời nheo mắt
Rưng rưng lệ tuyết. Ô kìa!

14.2.

Từng dòng lệ tuyết long lanh
Nỗi đau nhỏ giọt lá cành
Kinh ngạc - mặt trời xoe mắt
Pha lê - lệ tuyết - trong ngần.

14.3.

Mặt trời cười - nhòa lệ tuyết
Buồn vui bỡn cợt thế nhân
Chao ôi nỗi đau thánh thiện
Trao em giọt lệ thiên thần.

27.12.2009

15.

Mặt trời cười
và em tôi khóc
Long lanh
ngấn lệ
sáng ngời
Mặt em rạng rỡ
chiều đông giá
Nỗi đau ơi
chắp cánh lên trời!

29.12.2009

16.

Tuyết vẫn rơi rơi.
Tuyết trắng ngày
Vô vàn bông tuyết
gió tung bay
Ta đi trong tuyết
chân in dấu
Để lại sau lưng
những tháng ngày…

Ngày cuối năm, 31.12.2009

*Em đi trong tuyết
hài in dấu
Để lại sau lưng
những tháng ngày…*

17. Bàn tay tuyết

17.1.

Bàn tay nhiều ngón
vẫn kiêu sa
Quấn quýt cành thông
trắng nõn nà
    Từng ngón thon dài
    cài mái tóc
    Bàn tay tuyết.
    Ôi, bàn tay ngà!

17.2.

Bàn tay ngà chao ôi đẹp lạ
Ta muốn nâng niu
lại ngại ngùng
Chẳng ngại cầm tay vì băng giá
E rằng
bàn tay ấy tan nhanh!

01.01.2010

18.

Xông nhà
Sáng mồng hai.
Tuyết đến xông nhà
Thềm hoa không cửa
đón khách xa
Hằng hà bông tuyết
như tiên nữ
Sà xuống trần gian
mở hội hoa!

Mồng hai tháng giêng 2010

19.

Bông tuyết li tí
lạc xuống trần
Bằng phép đằng vân
đôi cánh nhỏ
Nghịch ngợm
vui đùa
đuổi bắt nhau
Sà xuống cành thông
bên vạt cỏ.

02.01.2010

Mê mải rong chơi quên lối cũ
Sà vào bụi cỏ rúc cành thông.

20.

Vô vàn bông tuyết
sáng muôn nơi
Tung tăng nhào lộn
khắp đất trời
Hơi gió thoảng
mịt mùng bụi tuyết
Cám ơn em.
Làm đẹp cuộc đời!

02.01.2010

21.

Em từ mô tới
trắng như ngà
Ngõ ngách em qua
bỗng sáng lòa
Tuyết là em
hay em là tuyết
Đất trời bừng nở
những cánh hoa!

04.01.2010

22.

Phơi Tuyết

Vùng đông bắc Mỹ
Tuyết được mùa
Đem tuyết ra phơi
trời đẹp nắng
Sân trước sân sau
phơi đầy tuyết
Thiếu chỗ phơi
phơi cả mái nhà.

04.01.2010

23.

23.1.

Vần thơ tuyết
viết xong
hong nắng
Hiên ngoài tuyết trắng
bủa vây quanh
Tuyết lạnh nhưng tim ta
nóng bỏng
Sưởi ấm tình mình
khỏi giá băng!

23.2.

Vần thơ tuyết
viết xong
hong nắng
Hiên ngoài tuyết trắng
bủa vây quanh
Tuyết lạnh nhưng tình người
nóng bỏng
Sưởi ấm tình Em
khỏi đóng băng!

24.

Câu thơ viết vội
phơi trên tuyết
Mực tàu óng ánh
sớm mai hồng
Mây xa lãng đãng
vòm trời biếc
Gom góp sắc xuân
tươi nắng đông.

06.01.2010

25.

Mưa bụi tuyết
sáng tinh mơ
Bầu trời sữa
mặt đất ngà
Cây trụi lá
chim chuyền cành
Ngày đông chớm
buồn tàn thu!

*Tinh mơ 08.01.2010
ĐB Mỹ trời 0 độ C*

Hình ảnh tuyết rơi mùa đông đẹp mê hồn người

26.

>Sáng chớm đông
>tuyết rơi nhẹ
>Tiễn thu đi
>tuyết khóc nhè
>Chuyện thần kỳ trong mơ
>lúc bé
>Bà tiên cho kẹo
>hết khóc nhè!
>
> 08.01.2010

27.

Qua một đêm
vây quanh tôi
Nhan nhãn
những ngôi nhà tuyết
Tinh khôi
dưới ánh mặt trời
Mây lơ thơ
in nền biếc.

10.01.2010

28.

Một mình
qua lối cũ
Tuyết phủ kín
đường thơ
Vin cành
em hái tuyết
Tuyết trắng
rụng trắng bờ.

12.01.2010

29.

Lối mòn ngập tuyết
Được mùa
thông biếc
đơm hoa
Vin cành hái tuyết
Tuyết rơi
tuyết rụng
sáng lòa.

12.01.2010

30.

Bốn bề tuyết phủ
Hàng thông
trĩu nặng
cành mềm
Gió lùa lối cũ
Ngàn bông tuyết
rụng trắng thềm.

13.01.2010

31.

Hứng tuyết

31.1.

Tuyết bay bay em dang tay hứng tuyết
Kết xâu chuỗi ngọc lấp lánh vần thơ
Mỗi hạt tuyết - nguồn hạnh phúc bất tuyệt
Là dòng sữa mẹ nuôi dưỡng con thơ.

31.2.

Tuyết lạnh nhưng lòng em không lạnh
Nơi tim em nồng ấm lửa yêu thương
Cùng chồng con vượt chông gai
suốt dặm đường
Có mật ngọt và cả trái đắng.
Tuyết vẫn rơi. Ngửa mặt em hứng tuyết
Tuyết mát lạnh và tim em hát ca:

một chút tình thơ

Cám ơn đời cho ta cuộc sống
Với ngọt bùi - ấm lạnh lẫn buồn vui.
Quê người năm nay được mùa tuyết
Ngây ngất tim em hạnh phúc được mùa!

19.01.2010

32.

      Giã từ xứ tuyết.
      Quay về quê mẹ
      Nơi mùa đông
      ấm nắng mặt trời
      Thương quá là thương
      Cháu con ở lại
      Mai xa rồi
      sao ngăn
      dòng lệ rơi!

20.01.2010

Hình ảnh tuyết rơi mùa đông đẹp tuyệt vời

33.
Tuyết Đơm Bông

Trời cuối thu
cây trơ trụi lá
Gió lạnh từng cơn
lòng buốt giá
Sớm mai tỉnh giấc
tuyết đơm bông
Cả trời đất
một màu
trắng xóa!

04.12.2005

34.
Tuyết Trong Mơ

Tuyết đầu mùa
lênh láng trong mơ
Tuyết đầu mùa
lênh láng trong thơ
Tôi dang tay góp gom
nhặt nhạnh
Tuyết lạnh. Sáng vần thơ
vu vơ
Tuyết sáng. Ấm vầng thơ
dại khờ
Trong mơ…

08.12.2005

35.

Tuyết Lạnh

Nửa khuya về sáng
tuyết rơi nhanh
Nụ tuyết li ti
nở trắng cành
Hiên trước ngõ sau
ngập tuyết lạnh
Không gà gáy sáng…
đêm tàn canh.

09.12.2005

36.

Sao Với Tay

Tựa cửa nhìn ra
tuyết trắng bay
Tung tăng nhẹ hẫng
vờn trong gió
Tinh nghịch chưa!
có búp nhẹ gõ
Khung kính cách ngăn.
Sao với tay?

09.12.2005

một chút tình thơ

Hình ảnh phong cảnh tuyết rơi đẹp nhất năm 2015

37.

Tuyết Đầu Mùa

Giọt pha lê vắt vẻo
treo cành
Đợi mặt trời
nheo mắt long lanh
Đợi gió thoảng
hát ru khe khẽ
Tuyết đầu mùa.
Sợi mỏng manh!

12.12.2005

38.

Tình Mãi Xanh

Giọt pha lê vắt vẻo
treo cành
Đợi mặt trời
nheo mắt long lanh
Đợi gió thoảng
hát ru khe khẽ
Tuyết sáng ngời.
Tình mãi xanh!

12.12.2005

39.

Buồn Tàn Thu

Buồn tàn thu
tuyết trắng cành
Buồn tàn thu
tuyết rơi nhanh
Đường lạnh đèn khuya
vàng vọt
Buồn tàn thu.
Tuyết rơi nhanh!

Cuối thu 2006

Bong bóng thổi lên không trung, nhanh chóng đóng băng và tiếp đất với những hình ảnh lung linh, kỳ ảo nhất. Khi nhiệt độ hạ từ -9 độ C đến -12 độ C, nhiếp ảnh gia đã chụp được hình ảnh tuyệt diệu này.

Bức tranh thu tuyệt đẹp ở Jenne Farm, Reading, Vermont, Mỹ.

Thơ thu

GIÓ GIAO MÙA

Xạc xào gió xao xuyến
Vàng bay bay lá phong
Hững hờ dăm ba chiếc
Cài tóc biếc hàng thông.

Sep 19, 2016

Trời Thu trong vắt trong veo
Cơn gió thoảng
                Lá bay vèo
                        ... thinh không
Nghe chừng trời đất mênh mông
Nghe lòng xa vắng
            bâng khuâng trông trời!

Sep 22, 2016

HỒ THU

Đôi chiếc lá vàng Thu
bềnh bồng mặt hồ Thu
Mặt trời và mây trắng
ngụp lặn lòng hồ Thu!

* Chớm Thu, Sep 26, 2016

THU QUANH TA

Những chiếc lá vàng, đỏ
Phơi thảm biếc ven hồ
Xạc xào từng cơn gió
Lòng nghe tiếng sóng xô...
Vàng vàng bay trước ngõ
Lá đỏ lượn vườn sau
Nghe trời đổi gió heo may
Lá cành run rẩy
chiều ngây ngất chiều!

Oct 1, 2016

HỌA THƠ CỦA NGUYỄN NGỌC HY

Vụng về và rụt rè họa thơ Bác Hy
TRẦN QUANG TOẠI
(Thu Kim Anh)
14/02/2017

HỌA BÀI THU QUANH TA

Những chiếc phong vàng, đỏ
Dệt thảm biếc bên hồ
Xạc xào vui trong gió
Trong lòng tiếng sóng xô.
Trước ngõ lá vàng bay
Vườn sau lá đỏ vờn
Trời trôi theo gió heo may
Lá cành nghiêng cánh
người ngây ngất chiều!

...
Những chiếc lá vàng thu
Trời vàng mặt hồ thu
Ánh dương cùng mây trắng
Chìm sâu đáy hồ thu.

...

Trời thu tím ngắt mang theo
Một cơn gió thoảng lá vèo bay không
Vẫn nhìn trời đất mông mênh
Mà lòng xa vắng
bâng khuâng giữa trời.

Trần Quang Toại
Thành phố Biên Hòa, tỉnh Đồng Nai

CHỚM THU BUỒN

Buổi sáng chớm Thu buồn
Không gian mờ hơi sương
Hàng cây cao đứng lặng
Giá lạnh len vào hồn...
Trời lại đổ mưa ngâu
Điệu sầu thu chìm sâu
Trong tứ bề tịch mịch
Nương giọt cà phê nâu.
Gió nơi mô thổi về
Lao xao trong vòm lá
Đất trời nghe buốt giá
Lòng ta không liếp che!
.....

Oct 15, 2016

CHỚM THU BUỒN

Trời tím chợt thu buồn
Không gian hóa hơi sương
Cây đứng lặng trong gió
Sương lạnh len vào hồn.
Trời muốn đổ mưa ngâu
Tím sầu chìm trong thu
Không gian ôi cô tịch
Giọt buồn cà phê nâu.
Gió từ đâu vỗ về
Vòm lá bỗng lao xao
Buốt lòng cả đất trời
Nghe hồn cứ chơi vơi.

MÙA THU CHÍN 2016

Mùa thu chín 2016. Vùng Đông Bắc Mỹ
Khoảnh khắc giao mùa Hạ đi – Thu đến

1. NAI RỪNG XUỐNG PHỐ

Sáng chủ nhật vui
Nai rừng xuống phố
Vườn nhà gặm cỏ
Phút giây thảnh thơi.

Ngơ ngác nai rừng
Lạc xuống phố đông
Vểnh tai nghe ngóng
Hồn nhiên, thong dong...

Lang thang nai vàng
Giữa ngày cuối Hạ
Lá vàng chưa đổ
Đâu phải Thu sang?

Nai rừng lạc xuống phố
Cuối mùa nắng Hạ sang
Thiếu vắng lá Thu vàng
Cho chân nai xào xạc!

* Phỏng theo một bài hát:
Hôm nay đâu phải vào Thu
Tại sao có chuyện viễn du Nai rừng!?

New Jersey - Sunday, Sep 11, 2016

2. THOÁNG HÈ VUI

Trời biển xanh xanh
Sóng đùn bọt trắng
Hôn mãi bờ cát vàng
Hôn mãi ngàn năm, hôn mãi

Ly thủy tinh trong vắt trong veo
Cà phê nâu nhỏ giọt
Một mình nghe biển hát
Hải âu cánh mỏng liêu xiêu!

Biển trời bát ngát mênh mông quá
Chìm khuất nơi mô
một cánh buồm!

Hotel Hilton, Ocean City, Maryland,
September 11, 2016

CHIỀU THU CUỐI CÙNG 2017

Chiều thu cuối
Ta một mình lang thang…
Tạ từ nhé
Tình Thu ơi, mênh mang!

* *Dec 20, 2017.*
Mai đã vào Đông

Mùa hạ quanh ta

Around me in Summer time
Translator: LAM N PHAN

1.

Mùa Hạ quanh ta
Trời xanh bao la
Phiêu du hàng đàn mây trắng
Ríu rít tiếng chim ca...

Around me in Summer time
In the immense blue sky
White clouds are floating real high
Tweeting songbird is heard nearby...

một chút tình thơ

2.

Dưới cội thông già
Cà phê nâu nhỏ giọt
Ta một mình hoài niệm
Bạn tâm giao đi xa, thật xa!

Under the shade of an old pine tree
I watch coffee dripping
Alone with all memories
As close friends have moved far, faraway!

3.

Một mình góc vườn vắng
Đếm giọt cà phê rơi
Nhâm nhi từng ngụm đắng
Thầm gọi: Cố nhân ơi!

*Alone at the empty garden
I count the falling coffee drops
And taste every bitter sips
Mutely calling: Oh old friend!*

4.

Mùa Hè vây bủa quanh ta
Nắng Hạ thủy tinh rực rỡ
Vườn sau, biếc xanh lá
Hiên trước, hồng nở hoa.

*I am surrounded by Summer
Whose light is crystally gorgeous
The rear garden is green with leaves
The front porch is flowering with roses.*

5.

Mặt trời lên bừng sáng
Gió muôn phương lộng về
Bồng bềnh mây viễn xứ...
Nhớ da diết quê Mẹ ngày Hè
Phượng đỏ sân trường rực lửa
Thèm quá chừng một tiếng ve!

* Giữa Hè nắng đẹp, 2018.
Shelton - CT, 21 tháng 7

Rising sun brings in lights
Wind blows from everywhere
Floating clouds remind of being expats
I really miss my native Country in Summer time
Where the school yard is full of red flowers
I am in need to hear the cicada's song!

Beautiful mid-summer 2018
Lam N Phan

Anh chị NGỌC HY - PHƯƠNG LOAN

(Ảnh do Nguyễn Ngọc Hy cung cấp
- ảnh chụp khoảng năm 2015)

Thơ tặng bạn

THƠ CHÚC TẾT

Gởi đến Hiền-Đức mấy câu chúc Tết đơn sơ, bình dị, vừa làm tức thì:

Chúc mừng năm mới
Vui Tết tha phương
Lộc Xuân tìm tới
Cuộc đời lên hương!

Anh chị HY-LOAN

THƠ MỪNG ĐÁM CƯỚI VÀNG

Bạn Trần Hồng thân mến,

Như đã hứa, mình gởi theo đây 4 khổ thất ngôn tứ tuyệt mừng vợ chồng bạn KỶ NIỆM 50 NĂM NGÀY CƯỚI - còn ở dạng bản thảo, dưới đây:

1.

Mừng bạn chừ đây ĐÁM CƯỚI VÀNG
Năm mươi năm ấy TÌNH CHỨA CHAN
Buồn - Vui - Mặn - Nhạt cùng san sẻ
Tưng bừng thay: CON CHÁU ĐẦY ĐÀN!

2.

SÔNG THU một dải cánh buồm HỒNG
XUÂN THÌ mơn mởn nàng lấy chồng
Gió lên rồi Em Chèo Anh Lái
THUYỀN TÌNH tách bến, ta thong dong!

3.

Đường đời sao tránh khỏi BÃO GIÔNG
Là lúc con sông cuồn cuộn sóng
Có hề chi: EM CHÈO ANH CHỐNG
Dòng Xanh lại tỏa Nắng Mai Hồng!

4.

Mừng bạn chừ đây ĐÁM CƯỚI VÀNG
Gia đình, thân hữu cùng ca vang
Chúc HỒNG - HÀ Tình Yêu Hâm Nóng
TÌNH NỒNG tang tỉnh, tỉnh tình tang !!!

* Mừng Đôi Bạn Trần Hồng - Thu Hà
TÌNH NỒNG MÃI MÃI DÀI LÂU!
Chớm Thu 2016
Bạn đồng nghiệp một thời Lê Quý Đôn xa xưa
Nguyễn Ngọc Hy & bà xã

----

* *Vừa mới nhận Thiệp của bạn Hồng tối nay.*
* *Có một tứ thơ chưa kịp khai thác: Nửa Vùng Trăng Thế Kỷ, hình tượng lung linh, lãng mạn Cuộc Tình 50 Năm!*
* *Sẽ trao đổi tiếp với các bạn...*
* *Bài viết của Hiền Đức là "hết ý "!*

PHỤ LỤC 1

THƯ PHÁP NGUYỄN NGỌC HY

*Vinh danh
   người Thầy thuốc
Nâng đôi cánh
   Thiên thần
Đường trần
   dù giá buốt
Trái tim
   vẫn ấm nồng!*

Mừng Ngày Thầy Thuốc V.N
27/02/2016

Võng mải

đong đưa

Mưa võng cùng em.
    Nhớ mẹ xưa
Thao thức canh gà
    nhịp nhặt thưa
Mẹ chẳng còn:
    Mưa buồn rả rích
Mẹ như còn:
    Võng mải
        ở mẹ xưa!

Mùa Vu Lan 2015
Trên đất khách .
Chợt nhớ Vu Lan 2005 xưa
cùng vṍi mưa võng
chiều Sài Gòn mưa lũa Rừa...

Cảm ơn Gió

Nguyễn Ngọc Hư

NÓI VỚI GIÓ

• Cuộc đời rong ruổi
Hồn ảnh tá chớp
Như một ai rông bồng
Thoáng nở xuống khi
Ta vừng với vỡ ra từ
Ta nhặt tiếng cười em
trong gió.

• Gió gió ơi
Trả tôi mảnh vụn tiếng cười
để tôi lắp lại tôi gặp
nắng sớm cuối em êm êm
nang Hạ
nên tôi mới em cùng phương
trưởng đông.

HỎI GIÓ

• Gió đi gió
Gió để? lại gì
Trên hải từ lại xuôi ngược
Những mảy vụn cuộc đời
Lầm lại-Khờ dại_biết hình
Những vết thương lòng
nằm mãi

• Gió đi gió
Gió biết chẳng?
Những mảnh vỡ tiếng cười
Những mảy vỡ cuộc đời
Ai hoài cất giữ
Sót nhất công sót nhất
Sót nhất để mà chi?

• Những cuộc tình đang đỡ
Những mảy đời làm lỡ
Phép lạ nào làm trung
phải về...
Để giống về...
lại là gì!?

LỜI NÓI GIÓ BAY

• Hỡi! lời nói gió bay
Bay bay đi đâu
bay bay về đâu?
Gió lang thang không cả

Biết nơi mô tìm lại ngày
đó tôi lại lời em ngờ ngào
một thời ngu ngơ để dời...

• Ta truy người hay truy gió
Ta truy gió hay truy người
Rồi người em sẽ trở ngày
bây giờ...

biết biệt rồi, mô!

Sài Gòn tháng 11, 2011

PHỤ LỤC 2
50 NĂM ẤY... 50 MÙA HOA

Lời chúc mừng Anh chị
Nguyễn Ngọc Hy - Nguyễn Thị Phương Loan
Kỷ niệm 50 Năm ngày cưới

NGUYỄN HIỀN-ĐỨC

Với niềm tin yêu, mong ước, hy vọng vào những điều tốt đẹp, an lành, may mắn của một năm mới. Trong không khí thân mật, ấm cúng và đầy ý nghĩa của một cuộc sum họp gia đình và nhân kỷ niệm 50 Năm Ngày Cưới của Anh chị Nguyễn Ngọc Hy - Nguyễn Thị Phương Loan. Chúng tôi rất vui mừng và xúc động xin được trân trọng và thân quý gửi đến anh chị cùng gia đình một vài cảm nhận đơn sơ mà rất chân thành như sau:

1.

Năm nay, [2011] Anh Nguyễn Ngọc Hy tròn 80 mùa Xuân, nhưng trông anh rất phong độ và... trẻ lạ lùng. Anh sung sức, sung lực về cả thể chất và tinh thần. Anh tế nhị, hiền hòa và tử tế trong đối nhân xử thế. Anh chu đáo và nghĩa tình với đồng nghiệp, bè bạn mọi lứa tuổi. Anh sống lãng đãng và thơ mộng, say mê và chắt chiu tìm kiếm những vẻ đẹp bình dị, gần gũi mà thanh thoát và tao nhã trong Thơ, trong Thư pháp. Anh cảm nhận được cái rạo rực, xôn xao trong cả những chiếc lá mênh mông thu vàng ở những phương trời viễn mộng... Anh luôn luôn tự làm "mới" mình, lại sống an nhàn, thanh thản, tự tại và "tri túc" trong cuộc sống. Nhưng điều nổi bật rất đáng trân trọng ở anh: một nhà giáo tâm huyết, mẫu mực, gương mẫu, yêu nghề trong suốt 45 năm miệt mài trên bục giảng, trong đó 15 năm (1957-1972) tại trường THPT Nguyễn Đình Chiểu, Mỹ Tho và 30 năm (1972-2002) tại trường THPT Lê Quý Đôn, Sài Gòn. Chúng tôi đã nhiều lần ngạc nhiên, thích thú rồi yêu thương cái chất thanh xuân, trẻ trung và hồn nhiên đến kỳ lạ trong phong cách sống của anh. Đó là những *"giá trị sống"* quý và hiếm làm nên một Nguyễn Ngọc Hy riêng có và đáng yêu!

2.

Sinh tại Mỹ Tho, Tiền Giang, nơi có rất nhiều người đẹp. Chị Phương Loan vừa đẹp mà lại vừa rất "Huế": thanh thoát, nhẹ nhàng, đằm thắm và kiệm lời. Chị sống hiền hòa, chu đáo và nghĩa tình với những đứa em. Còn nhớ khi chúng tôi lập gia đình cho con gái, rồi đến con trai, chị đã cặm cụi thêu một cặp bao gối thật đẹp tặng cho vợ chồng mỗi cháu. Trong những cuộc họp mặt bạn bè, chị tự tay nấu vài món ăn rất ngon. Tôi chưa thấy cặp vợ chồng nào gộp tuổi lại lên đến số 150 mà thường xuyên "đèo" nhau trên chiếc Honda ngao du đây đó sớm chiều, mưa nắng. Lại chưa thấy ai bừng sáng những niềm vui trên gương mặt tươi tắn, phúc hậu cùng với nụ cười rạng rỡ những yêu thương, hãnh diện và tin cậy khi chồng mình đọc thơ trước bạn bè, như chị. Khi viết những dòng này về chị, chúng tôi tâm đắc lời của viên tướng lừng danh MacArthur: *"Cái vĩ đại nằm trong những điều đơn giản và sức mạnh chân chính nằm trong sự dịu dàng."*

3.

Mặc dầu ít biết về những người thân, về các con, các cháu của anh chị nhưng chúng tôi luôn tin chắc rằng mọi người rất thương yêu và quý trọng anh chị. Đối với các con, anh chị đã làm được ba điều quý giá và quan trọng nhất của bậc làm cha mẹ. Đó là: 1. Cung cấp cho các con một nền giáo dục tốt nhất, có thể; 2. một tấm gương trong sáng về tư cách, phẩm hạnh, đức hy sinh, và 3. rất nhiều tình thương yêu. Đó là tài sản tinh thần vô giá, một thứ gia bảo mà các con của anh chị được thụ hưởng. Vì vậy, các con của anh chị, cháu nào cũng chăm ngoan, hiền thục, hiếu để và thành đạt. Cháu nào cũng xây dựng được một gia đình êm ấm, vui vẻ, hạnh phúc và ổn định. Trong cái xô bồ, đầy cạm bẫy và thách thức của cuộc sống hiện đại thì đó quả thực là điều đáng mừng, đáng quý. Chúng tôi nghĩ anh chị đã trải qua một thời gian dài đầy biến động với biết bao: *có - không, được - mất, vui - buồn, thăng - trầm, thành - bại*... mới có được như ngày hôm nay. Chúng tôi tin rằng anh chị cùng các cháu luôn trân quý, vun xới và bồi đắp cái giá trị gia đình thiêng liêng đó. Các con, cháu của anh chị có quyền hãnh diện và hạnh phúc một cách chính đáng về những điều tốt đẹp từ anh chị, từ gia đình.

4.

Matsushita Konosuke người sáng lập tập đoàn Panasonic (Nhật Bản), đã nói trong dịp kỷ niệm 72 năm ngày cưới của mình: *"Khi vợ chồng tôi gắn bó với nhau suốt thời gian dài như vậy, nên thỉnh thoảng cũng* có người hỏi: *'Theo ông, trong cuộc sống vợ chồng điều gì là quan trọng nhất?'* Tôi không biết mình có phải là người xứng đáng để trả lời câu hỏi đó không, nhưng cũng có lúc tôi nghĩ chỉ có một điều quan trọng duy nhất, đó là người vợ phải biết khen chồng mình những điều đáng khen, công nhận những điểm mạnh của chồng và thành thực thể hiện điều đó. Hơn nữa, ở một mức độ nhất định, người chồng cũng phải biết khen vợ mình. Khen ngợi chính là một sự chú tâm cần thiết, là sợi dây quan trọng gắn bó chặt chẽ con người với nhau."

Còn cụ Federich Torberg, trong dịp mừng 60 năm ngày cưới của mình, đã phát biểu một cách hùng hồn và thuyết phục rằng: *"Chúng ta bao nhiêu tuổi rồi? Điều này không quan trọng; quan trọng là tình yêu của chúng ta bao nhiêu tuổi rồi. Bởi tình yêu có một tuổi riêng và đời sống riêng của nó. Rồi chúng ta sẽ già hơn nhưng điều này không làm cho tình yêu cũng phải già theo như vậy."*

Lời nói ý vị, lịch lãm và từ kinh nghiệm sống bản thân của hai cụ, tôi xin mượn để làm một tặng phẩm chúc mừng anh chị Nguyễn Ngọc Hy trong dịp kỷ niệm 50 Năm Ngày Cưới này, và tôi lại nhớ đến chùm thơ tứ tuyệt gồm 12 bài của anh có nhan đề: *"Tình yêu không có tuổi!"*

5.

Người xưa đã khẳng định: *"Thuận vợ thuận chồng tát biển Đông cũng cạn."* Đem câu này mà ứng vào anh chị Nguyễn Ngọc Hy - Nguyễn Thị Phương Loan thì hợp lắm, đúng lắm và phải đạo lắm. Đó là một lời khen tặng sâu sắc, nghiêm túc và đúng mực!

Về phần mình, chúng tôi thực sự quý mến và ngưỡng mộ anh chị vì chúng tôi học được nhiều bài học sinh động, hữu ích và quý giá để qua đó mà nhìn lại mình rồi rèn luyện bản thân. Thể hiện tâm cảm đó, chúng tôi bạo gan "làm" gấp rút một Tuyển tập mang tên "50 Năm ấy..." để thân quý tặng anh chị. Chúng tôi mong và tin rằng, người thân, con cháu, bạn bè sẽ tiếp tục được chung vui nhân dịp kỷ niệm 60 Năm, rồi 70 Năm ngày cưới của Anh chị và nhiều hơn thế nữa. Tại sao không?

50 Năm ấy... biết bao nhiêu tình. 50 Năm ấy... một cuộc tình thủy chung, nhân hậu và son sắt của vợ chồng Nguyễn Ngọc Hy - Nguyễn Thị Phương Loan, đúng như bài thơ anh vừa sáng tác:

Một trăm năm mươi mùa Xuân
Cả Anh và Em gộp lại
Hạnh phúc chắt chiu năm tháng
Kết chuỗi:
Năm mươi Mùa Hoa!

Kính chúc anh chị và gia đình nhiều niềm vui, nhiều mùa hoa và những nụ cười. Mong anh chị "Thân tâm an lạc" và "Thuận buồm xuôi gió".

Continental - Saigon,
Mùng 3 Tết Tân Mão, 05.02.2011.
Nay kính,
Nguyễn Hiền-Đức

một chút tình thơ

Trách nhiệm bản thảo:
NGUYỄN HIỀN

Thiết kế mỹ thuật & bìa sách:
NGUYỄN MINH TIẾN

Thư pháp:
NGUYỄN NGỌC HY

www.ingramcontent.com/pod-product-compliance
Lightning Source LLC
LaVergne TN
LVHW051039070526
838201LV00066B/4862